Impressum
Verlag: BABADADA GmbH, Nedderfeld 112 , 22529 Hamburg
Geschäftsführer / Verlagsleitung: Harald Hof
Druck: Books on Demand GmbH, In de Tarpen 42, 22848 Norderstedt

Imprint
Publisher: BABADADA GmbH, Nedderfeld 112 , 22529 Hamburg, Germany
Managing Director / Publishing direction: Harald Hof
Print: Books on Demand GmbH, In de Tarpen 42, 22848 Norderstedt

la salle de classe
icyumba k'ishuri

diviser
kugabanya

186/2

le tableau noir
ikibaho

la cour (de récréation)
ikibuga cyo gukiniramo

le professeur
umwarimu

le papier
urupapuro

écrire
kwandika

le stylo
ikaramu

le bureau
ameza yo kwandikiraho

la règle
iregere

le livre
igitabo

lève
anyeshuri bo mu mashuri abanza

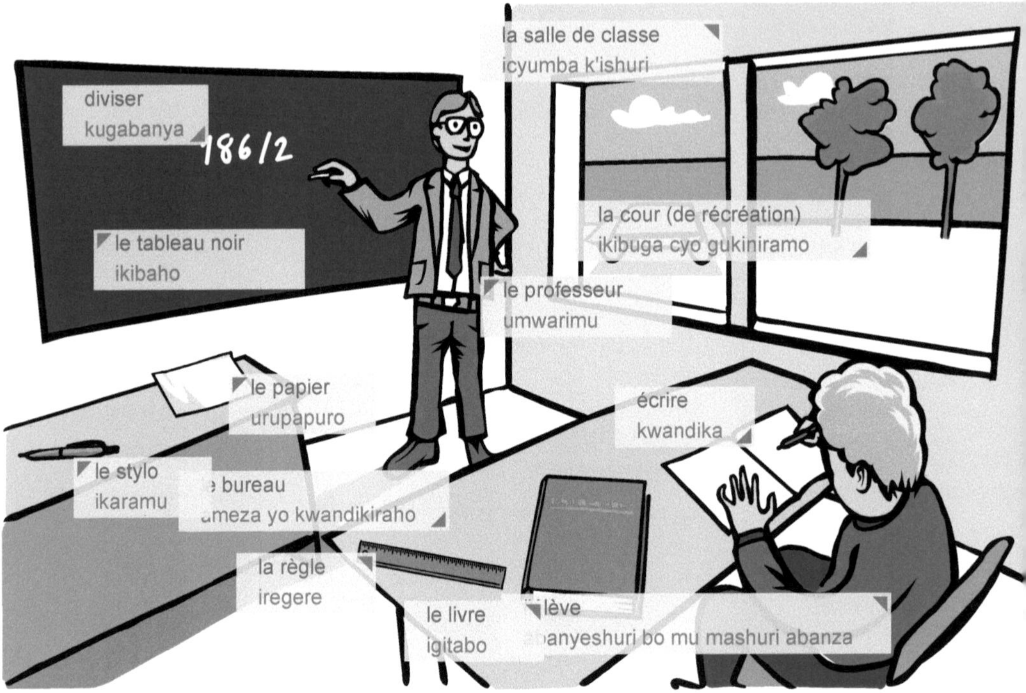

le cartable

agahago k'ishuri

la trousse

agasanduku k'amakaramu
y'igiti

le crayon

ikaramu y'igiti

le taille-crayon

tayekereyo

la gomme

igome

le carnet à dessin

ikayi yo gushushanya

le dessin

igishushanyo

le pinceau

uburoso bwo gusigisha

la boîte de peinture

agasanduku k'amarangi y'amabara

les ciseaux

umukasi

la colle

kore

le cahier d'exercices

ikayi y'imyitozo

les devoirs

umukoro w'imuhira

le chiffre

umubare

additionner

guteranya

soustraire

gukuramo

multiplier

gukuba

calculer

kubara

la lettre

ibaruwa

l'alphabet

inyuguti uko zikurikirana

le mot

ijambo

le texte
umwandiko

lire
gusoma

la craie
ingwa

la leçon
isomo

le livre de classe
igitabo cyo
kwiyandikishamo

l'examen
ikizami

le certificat
impamyabumenyi

l'uniforme scolaire
umwambaro w'ishuri

la formation
uburezi

le lexique
inkoranyamagambo

l'université
kaminuza

le microscope
mikorosikope

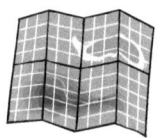

la carte
ikarita

la corbeille à papier
pubere

le voyage
urugendo

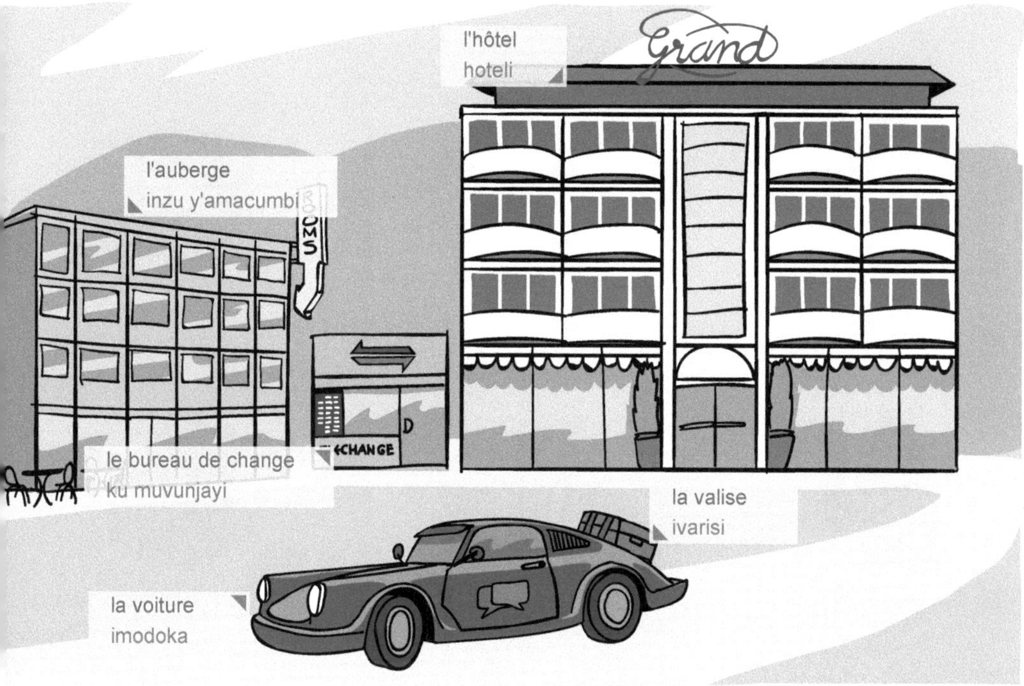

l'hôtel
hoteli
Grand
l'auberge
inzu y'amacumbi
ROOMS
le bureau de change
ku muvunjayi
CHANGE
la valise
ivarisi
la voiture
imodoka

la langue

ururimi

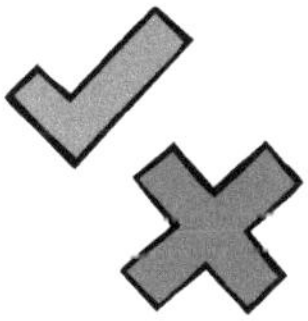

oui / non

yego / oya

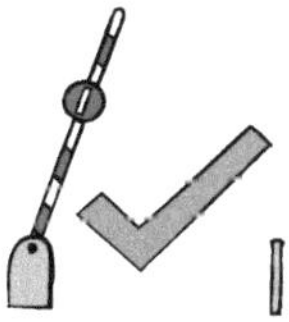

d'accord

Yego

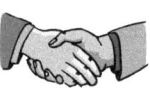

Salut

bite

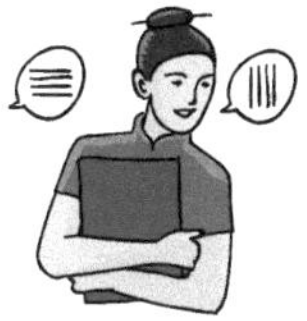

l'interprète

umusemuzi

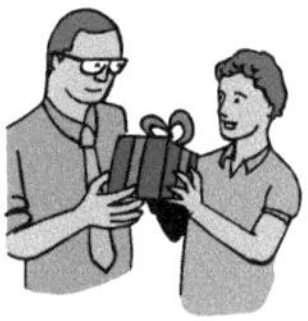

merci

Murakoze

Combien coûte...?

ni angahe...?

Je ne comprends pas

Sinsobanukiwe

le problème

ikibazo

Bonsoir !

wiriwe!

Bonjour !

Waramutse

Bonne nuit !

Ijoro ryiza

Au revoir

bayi

la direction

ikerekezo

les bagages

imizigo

le sac

igikapo

le sac-à-dos

igikapo baheka

l'hôte

umushyitsi

la pièce

icyumba

le sac de couchage

agafuko baryamamo

la tente

ihema

l'office de tourisme

amakuru y'ahasurwa na ba mukerarugendo

la plage

ku musenyi wo ku mazi

la carte de crédit

ikarita ya banki

le petit-déjeuner

ifunguro ryo gusamura

le déjeuner

ifunguro rya ku manywa

le dîner

ifunguro rya nimugoroba

le billet

itike

l'ascenseur

asanseri

le timbre

itembure

la frontière

umupaka

la douane

gasutamo

l'ambassade

ambasade

le visa

viza

le passeport

pasiporo

le transport
gutwara abantu n'ibintu

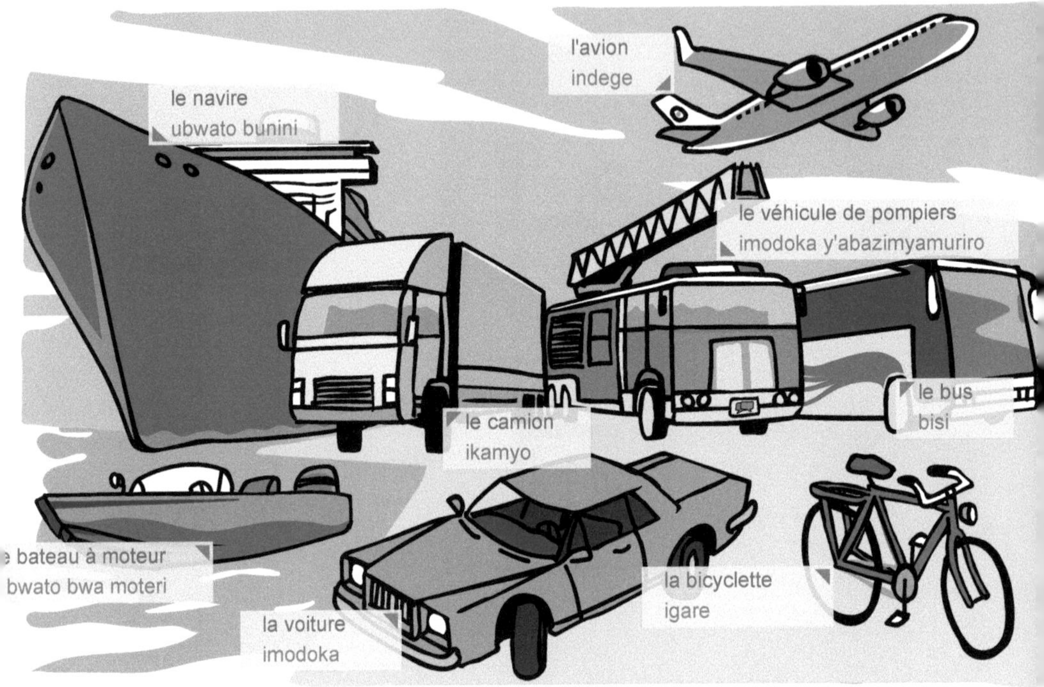
l'avion
indege
le navire
ubwato bunini
le véhicule de pompiers
imodoka y'abazimyamuriro
le camion
ikamyo
le bus
bisi
e bateau à moteur
bwato bwa moteri
la bicyclette
igare
la voiture
imodoka

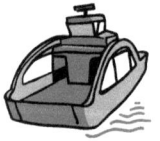

le ferry

ubwato bwambutsa imizigo n'abantu

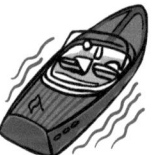

la barque

ubwato

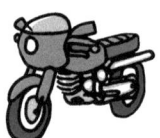

la moto

ipikipiki

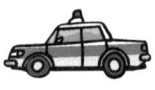

la voiture de police

imodoka ya polisi

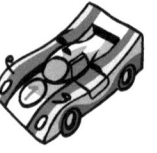

la voiture de course

imodoka ya kuruse

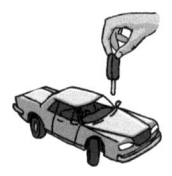

la voiture de location

imodoka ikodeshwa

l'auto-partage

gusangira imodoka

la voiture de remorquage

imodoka iterura izindi

la benne à ordures

imodoka iyora imyanda

le moteur

moteri

l'essence

lisansi

la station d'essence

sitasiyo ya lisansi

le panneau indicateur

icyapa kiyobora imodoka

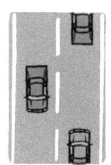

le trafic

urujya n'uruza rw'imodoka

l'embouteillage

ambuteyaje

le parking

parikingi y'imodoka

la gare

gare ya gariyamoshi

les rails

inzira ya gariyamoshi

le train

gariyamoshi

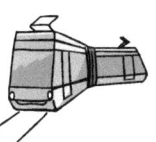

le tramway

bisi ikoresha
amashanyarazi

le wagon

agatete k'imizigo gakururwa
n'imodoka

l'hélicoptère

kajugujugu

l'aéroport

ikibuga k'indege

la tour

umunara

le passager

umugenzi

le conteneur

konteneri

le carton

ikarito

le chariot

akagorofani ko mu iduka

la corbeille

agaseke

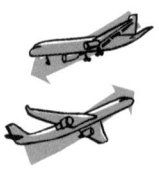

décoller / atterrir

kuguruka / kururuka

la ville

umugi

le village

umudugudu

le centre-ville

mu mujyi rwagati

la maison

inzu

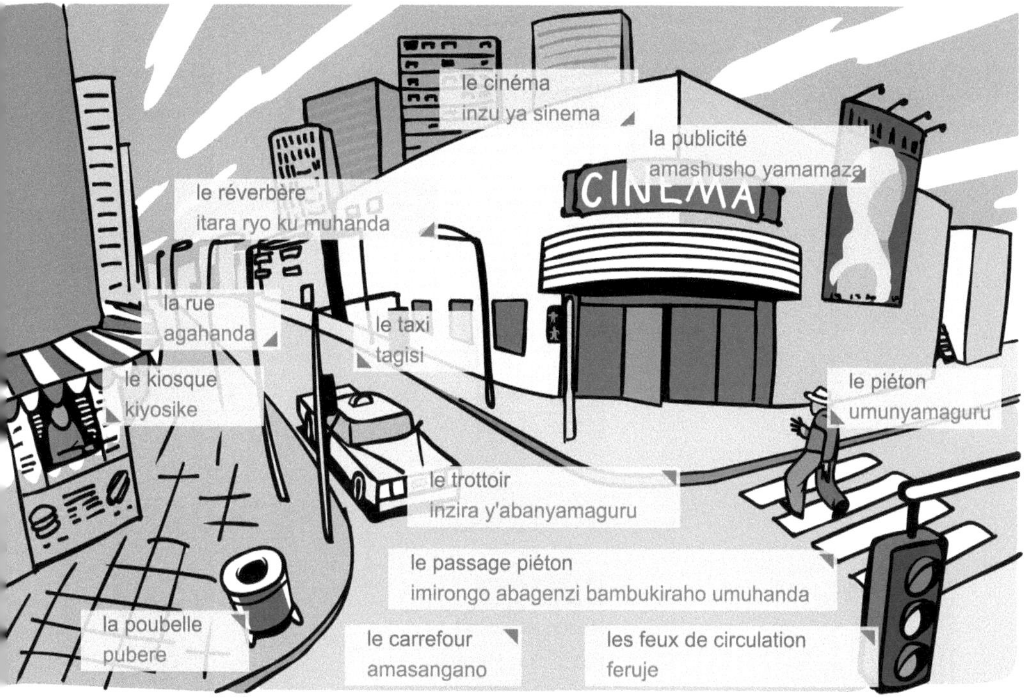

le cinéma
inzu ya sinema

la publicité
amashusho yamamaza

le réverbère
itara ryo ku muhanda

la rue
agahanda

le taxi
tagisi

le kiosque
kiyosike

le piéton
umunyamaguru

le trottoir
inzira y'abanyamaguru

le passage piéton
imirongo abagenzi bambukiraho umuhanda

la poubelle
pubere

le carrefour
amasangano

les feux de circulation
feruje

la cabane

akaruri

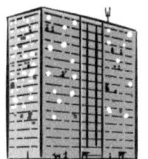

l'appartement

inzu ifatanye n'izindi

la gare

gare ya gariyamoshi

la mairie

ibiro bya meya

le musée

inzu ndangamurage

l'école

ishuri

l'université

kaminuza

la banque

banki

l'hôpital

ibitaro

l'hôtel

hoteli

la pharmacie

farumasi

le bureau

ibiro

la librairie

inzu bagurishirizamo ibitabo

le magasin

iduka

le fleuriste

umucuruzi w'indabo

le supermarché

amangazini manini

le marché

isoko

le grand magasin

idepo

la poissonnerie

umucuruzi w'amafi

le centre commercial

iduka rinini

le port

icyambu

le parc

parike

la banque

intebe y'urubaho

le pont

iteme

les escaliers

amadarajya

le métro

inzira yo munsi y'ubutaka

le tunnel

umuhanda wo munsi y'ubutaka

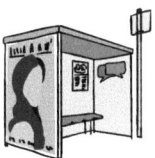

l'arrêt de bus

icyapa cya bisi

le bar

bare

le restaurant

resitora

la boîte à lettres

agasanduku k'amabaruwa

le panneau indicateur

icyapa cyo ku muhanda

le parcmètre

mubazi ya parikingi

le zoo

zoo

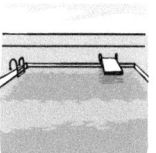

le réverbère

pisine

la mosquée

umusigiti

la ferme

ifamu

la pollution

kwangiza umwuka

la cimetière

irimbi

l'église

ikiriziya

l'aire de jeux

ikibuga k'imikino

le temple

urusengero

le paysage

umurambi

la feuille
ikibabi

le panneau indicateur
icyapa kiyobora

le chemin
inzira

le pré
umukenke

la pierre
ibuye

l'arbre
igiti

le randonneur
umuntu utembera mu misozi

la rivière
umugezi

l'herbe
ibyatsi

la fleur
indabo

la vallée
ikibaya

la montagne
agasozi

le lac
ikiyaga

la forêt
ishyamba

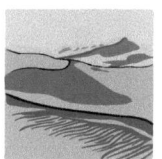

le désert
ubutayu

le volcan
ikirunga

le château
ingoro

l'arc-en-ciel
umukororombya

le champignon
icyobo

le palmier
ikigazi

le moustique
umubu

la mouche
isazi

les fourmis
intozi

l'abeille
uruyuki

l'araignée
igitagangurirwa

le coléoptère

ikivumvuri

la grenouille

igikeri

l'écureuil

inkima

le hérisson

imbuni

le lièvre

urukwavu

la chouette

igihunyira

l'oiseau

inyoni

le cygne

igishuhe

le sanglier

isatura

le cerf

ingeragere

l'élan

impongo

le barrage

urugomero

l'éolienne

igipanga kikaraga kikazana
umuyaga

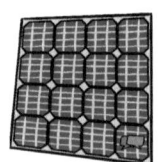

le panneau solaire

urubaho rukurura imirasire

le climat

ikirere

le restaurant
resitora

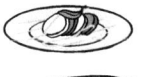

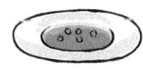

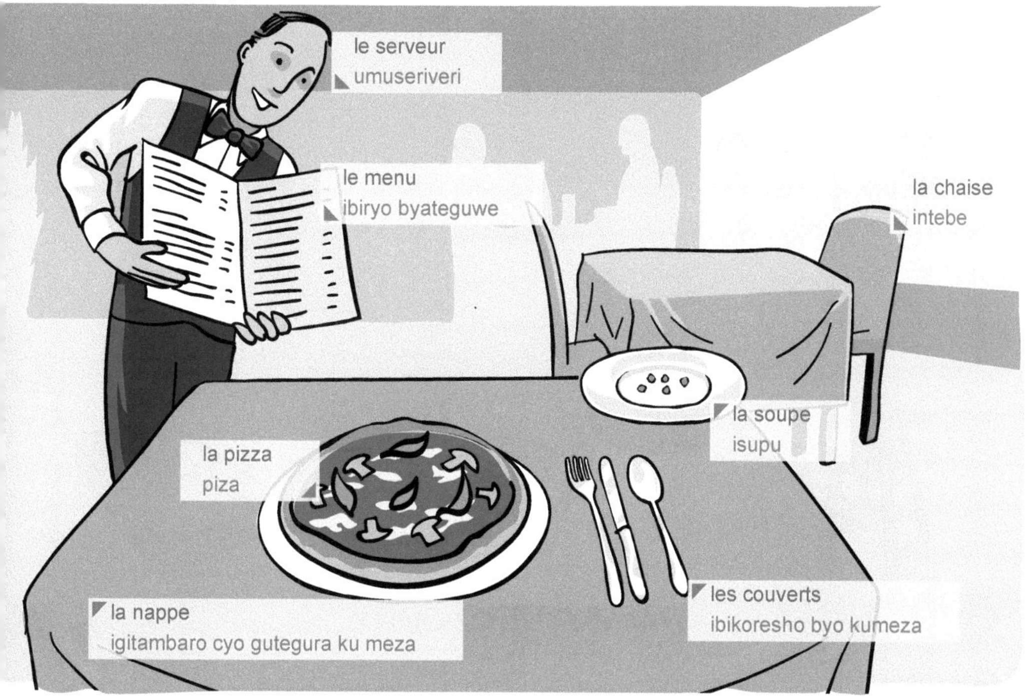

le serveur
umuseriveri
le menu
ibiryo byateguwe
la chaise
intebe
la soupe
isupu
la pizza
piza
la nappe
igitambaro cyo gutegura ku meza
les couverts
ibikoresho byo kumeza

les hors d'œuvre
aperitifu

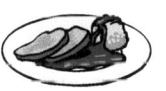

le plat principal
isahani nkuru

le dessert
deseri

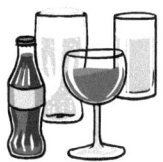

les boissons
ibinyobwa

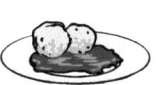

l'alimentation
ibiribwa

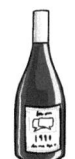

la bouteille
icupa

le fast-food

ibiryo barya bagenda

les plats à emporter

ibiryo byo kumuhanda

la théière

ibirika y'icyayi

le sucrier

agakombe k'isukari

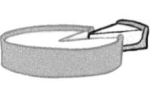

la portion

isahani y'ibiryo

la machine à expresso

imashini y'ikawa ya esipereso

la chaise haute

intebe ndende

la facture

inyemezabuguzi

le plateau

ipurato

le couteau

icyuma

la fourchette

ikanya

la cuillère

ikiyiko

la cuillère à thé

akayiko k'icyayi

la serviette

seriviyete

le verre

ikirahure cyo kunywesha

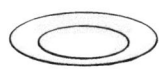

l'assiette
isahani

l'assiette à soupe
isahani y'isupu

la soucoupe
agasutasi

la sauce
isosi

la salière
agacupa k'umunyu

le moulin à poivre
agasekuru k'urusenda

le vinaigre
vinegere

l'huile
amavuta

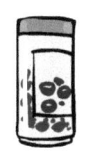

les épices
ibirunge

le ketchup
kecapu

la moutarde
mutaride

la mayonnaise
mayonezi

le supermarché
amangazini manini

l'offre promotionnelle
igiciro kidasanzwe
FOR
le client
umukiriya
les produits laitiers
ibiva mu mata
les fruits
imbuto
le chariot
akagorofani ko mu iduka

BUTCHERS

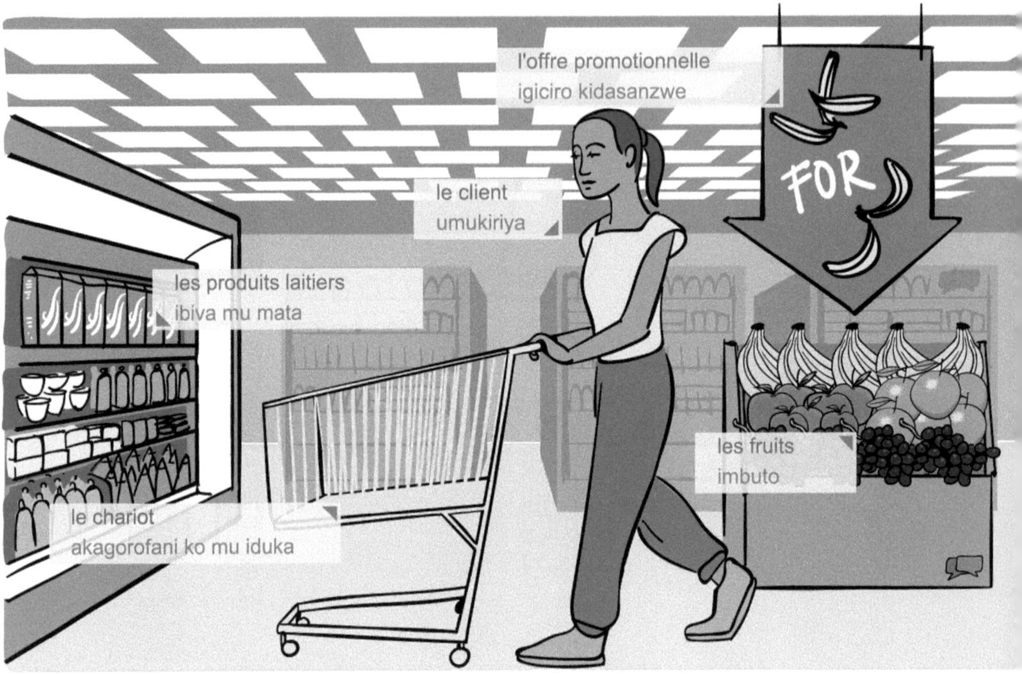

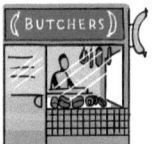

la boucherie

busheri

BAKERY

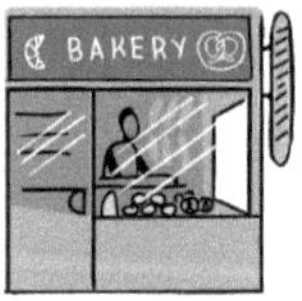

la boulangerie

buranjeri

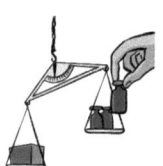

peser

gupima ibiro

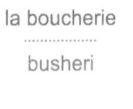

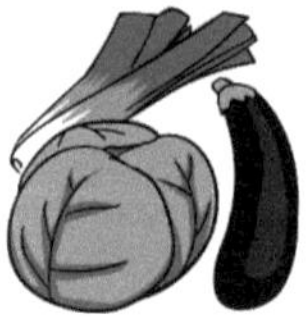

les légumes

imboga

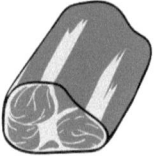

la viande

inyama

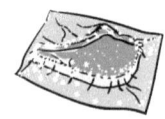

les aliments surgelés

ibiryo bakonjesheje

la charcuterie

inyama zikonje

les conserves

ibiryo byo mu makopo

la poudre à lessive

isabune y'ifu

les bonbons

bombo

les articles ménagers

ibikoresho byo mu rugo

les détergents

imiti isukura

la vendeuse

umucuruzikazi

la caisse

kukesa

le caissier

umubitsi

la liste d'achats

urutonde rwo guhaha

les heures d'ouverture

amasaha haba hafunguye

le portefeuille

ipotomoni

la carte de crédit

ikarita ya banki

le sac

umufuka

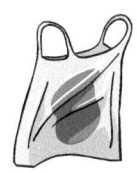

le sac en plastique

imifuko ya pulasitike

l'eau

amazi

le jus de fruit

umutobe

le lait

amata

le coca

koka

le vin

divayi

la bière

byeri

l'alcool

inzoga

le chocolat chaud

shokora ishyushye

le thé

icyayi

le café

ikawa

l'expresso

ikawa ya esipereso

le cappuccino

kapucino

la banane

umuneke

la pomme

pome

l'orange

icunga

le melon

wotameloni

le citron.

indimu

la carotte

karoti

l'ail

tungurusumu

le bambou

umugano

l'oignon

urutunguru

le champignon

icyoba

les noisettes

ubunyobwa

les pâtes

amakaroni

les spaghetti

spageti

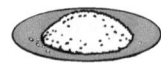

le riz

umuceri

la salade

salade

les pommes frites

udufiriti

les pommes de terre rôties

ibirayi by'ifiriti

la pizza

piza

le hamburger

hamburugeri

le sandwich

sanduwici

l'escalope

escalope

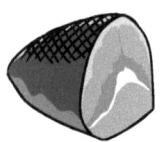

le jambon

jambo

le salami

salami

la saucisse

sosiso

le poulet

inkoko

le rôti

kotsa

le poisson

ifi

les flocons d'avoine

igikoma cy'uburo

le muesli

pisitashi

les cornflakes

impeke

la farine

ifu

le croissant

kuruwasa

les petits-pains

amandazi

le pain

umugati

le pain grillé

umugati wumishijwe

les biscuits

ibisuguti

le beurre

amavuta

le fromage blanc

forumaje year

le gâteau

keke

l'œuf

igi

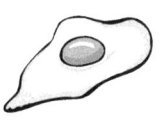

l'œuf au plat

umureti

le fromage

forumaje

la glace

ayisikirimu

le sucre

isukari

le miel

ubuki

la confiture

konfitire

la crème nougat

shokora

le curry

kiri

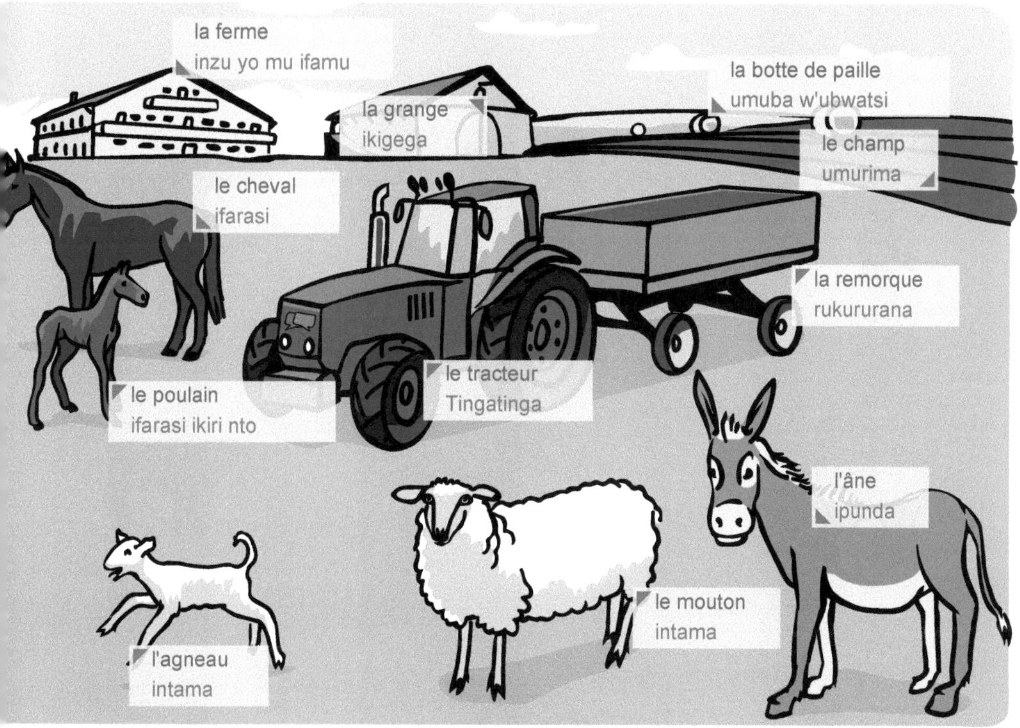

la ferme
inzu yo mu ifamu

la botte de paille
umuba w'ubwatsi

la grange
ikigega

le champ
umurima

le cheval
ifarasi

la remorque
rukururana

le poulain
ifarasi ikiri nto

le tracteur
Tingatinga

l'âne
ipunda

le mouton
intama

l'agneau
intama

la chèvre
ihene

la vache
inka

le veau
umutavu

le porc
ingurube

le porcelet
ikibwana k'ingurube

le taureau
ikimaɛa

l'oie

igishuhe

le canard

imbata

le poussin

umushwi

la poule

inkokokazi

le coq

isake

le rat

imbeba

le chat

injangwe

la souris

imbeba

le bœuf

ikimasa

le chien

imbwa

le chenil

ikiruka

le tuyau de jardin

itiyo ijyana mu karima

l'arrosoir

arozuwari

la faucheuse

najuru

la charrue

imashini ihinga

la faucille

najuru

la pioche

isuka

la fourche

rato

la hache

ishoka

la brouette

ingorofani

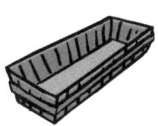

la cuve

ikibumbiro

le pot à lait

inkongoro

le sac

igunira

la clôture

urugo

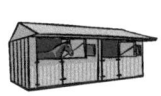

l'étable

ikiraro

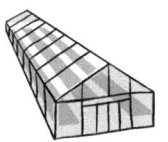

le serre

inzu ihingwamo

le sol

ubutaka

les semences

imbuto zo gutera

l'engrais

ifumbire

la moissonneuse-batteuse

imashini isarura

récolter

gusarura

la récolte

umusaruro

l'igname

ibikoro

le blé

ingano

le soja

soya

la pomme de terre

ikirayi

le maïs

ikigori

le colza

umwayi weze

l'arbre fruitier

igiti k'imbuto

le manioc

umwumbati

les céréales

impeke

la maison
inzu

la cheminée
shemine
le toit
igisenge
la gouttière
umureko
la fenêtre
idirishya
le garage
igaraji
la sonnette
inzogera yo ku muryango
la porte
umuryango
la poubelle
pubere
la boîte aux lettres
agasanduku k'amabaruwa
le jardin
ubusitani

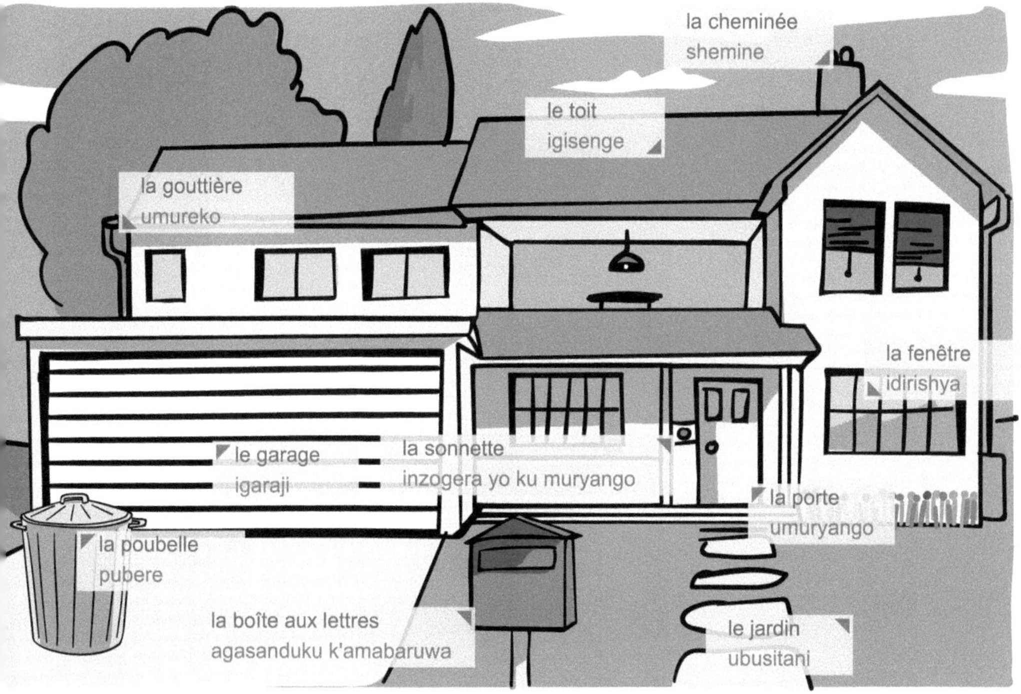

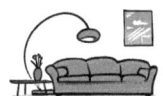

le salon

icyumba cy'uruganiriro

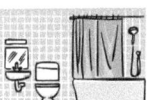

la salle de bain

ubwogero

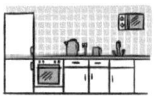

la cuisine

igikoni

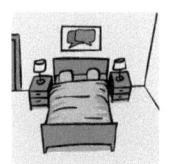

la chambre à coucher

icyumba cyo kuraramo

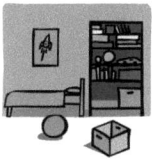

la chambre d'enfant

icyumba cy'abana

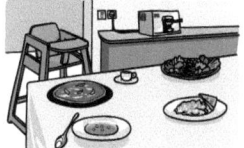

la salle à manger

uburiro

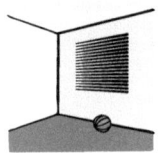

le sol

hasi

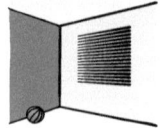

le mur

urukuta

le plafond

purafo

la cave

kave

le sauna

sawuna

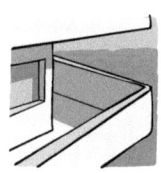

le balcon

urubaraza

la terrasse

ku rubaraza

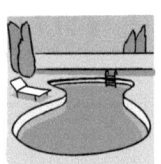

la piscine

pisine

la tondeuse à gazon

imashini ikupakupa

la housse

umwenda utwikira

la couette

kuvureri

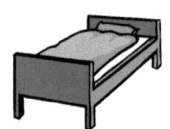

le lit

igitanda

le balai

umweyo

le sceau

indobo

l'interrupteur

enteributeri

le salon
icyumba cy'uruganiriro

le papier peint
urupapuro rwomekwa ku rukuta
l'image
ifoto
la lampe
itara
l'étagère
etajere
l'armoire
akabati
la télé
televiziyo
la cheminée
shemine
la fleur
indabo
le coussin
umusego
le sofa
ifoteyi nini
le vase
icyungo k'indabo
la télécommande
terekomande

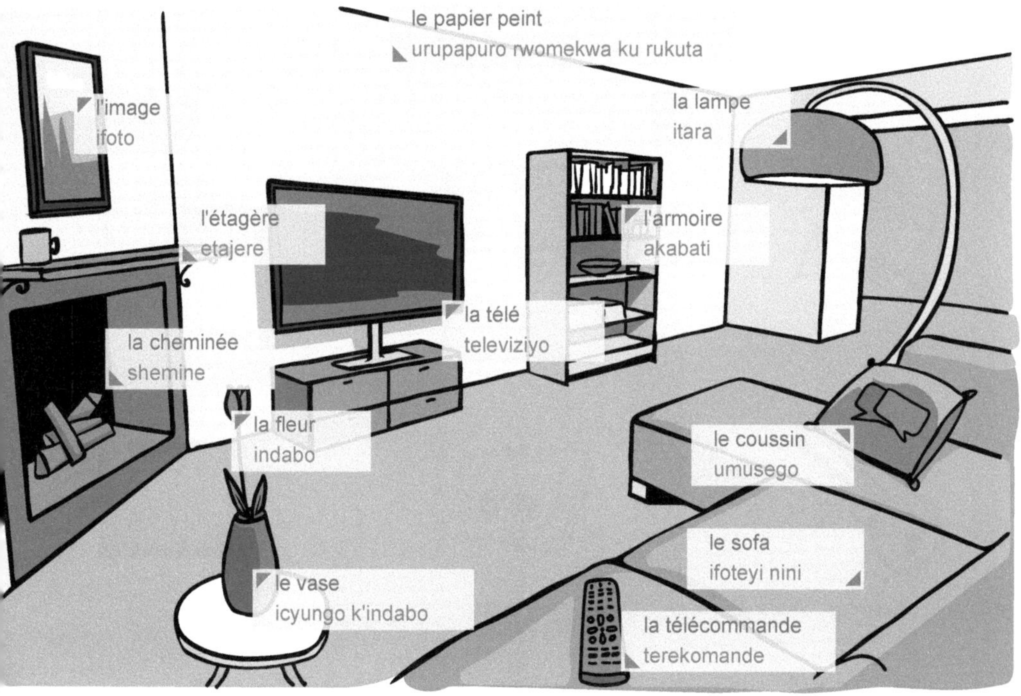

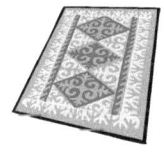

le tapis
itapi

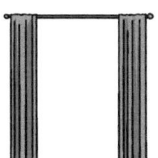

le rideau
rido

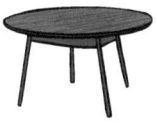

la table
ameza

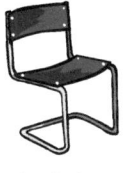

la chaise
intebe

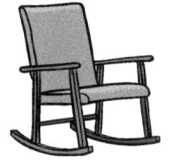

la chaise à bascule
intebe yizengurutsa

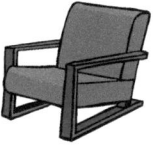

le fauteuil
ifoteyi

le livre

igitabo

la couverture

uburingiti

la décoration

umutako

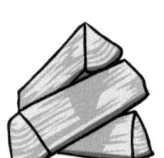

le bois de chauffage

inkwi

le film

filimi

la chaîne hi-fi

ibikoresho bya hifi

la clé

urufunguzo

le journal

ikinyamakuru

la peinture

ishusho

le poster

icyapa

la radio

iradiyo

le bloc-notes

ikarine

l'aspirateur

umweyo wa kizungu
ukoresha umwka

le cactus

ikimungu

la bougie

buji

la cuisine
igikoni

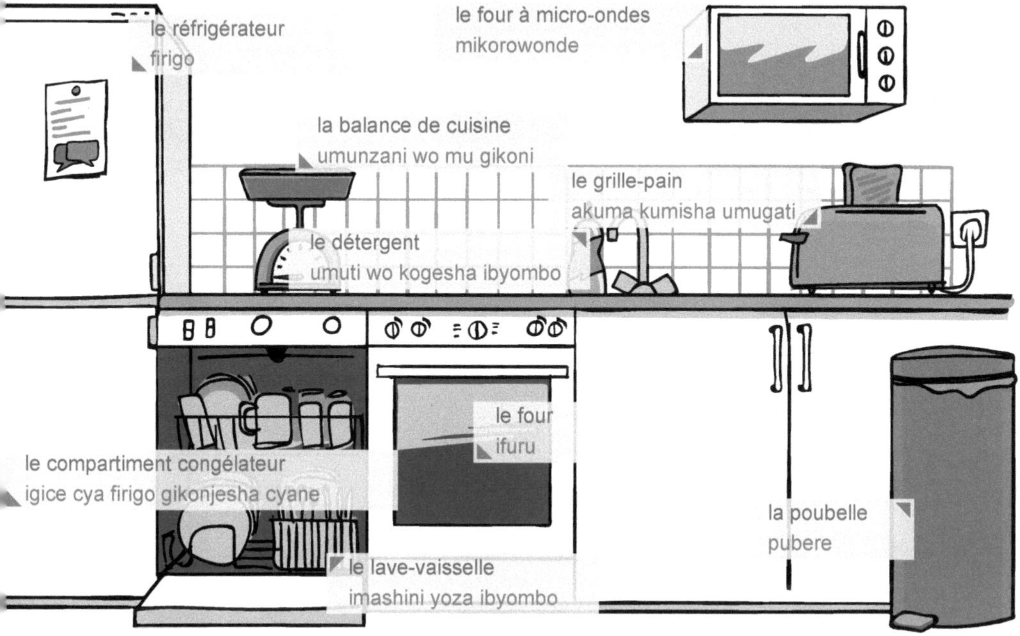

le réfrigérateur
firigo
le four à micro-ondes
mikorowonde
la balance de cuisine
umunzani wo mu gikoni
le grille-pain
akuma kumisha umugati
le détergent
umuti wo kogesha ibyombo
le four
ifuru
le compartiment congélateur
igice cya firigo gikonjesha cyane
la poubelle
pubere
le lave-vaisselle
imashini yoza ibyombo

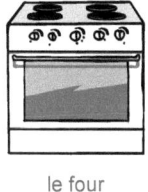

le four
iziko

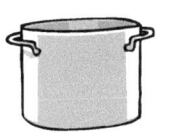

la casserole
icyungo

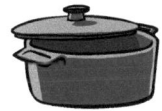

la marmite
inkono y'icyuma

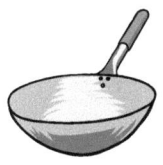

le wok / kadai
ipanu ifukuye cyane

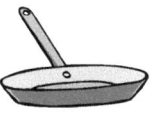

la poêle
ipanu

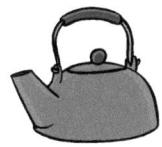

la bouilloire electrique
ibirika

le cuiseur vapeur

isafuriya ya peresiyo

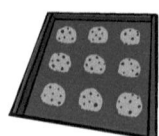

la plaque de cuisson

isahani yo mu ifuru

la vaisselle

ibyombo

le gobelet

igikombe

la coupe

isorori

les baguettes

uduti abashinwa barisha

la louche

ikiyiko kigabura

la spatule

Ikiyiko cyarura ifiriti

le fouet

umutozo

la passoire

paswari

le tamis

akayunguruzo

la râpe

agaharuzo ka karoti

le mortier

isekuru

le barbecue

icyokezo

la cheminée

shomine

la planche à découper

akabaho ko gukatiraho imboga

le rouleau à pâtisserie

umwuko

le tire-bouchon

urufunguzo rwa divayi

la boîte

agakopo

l'ouvre-boîte

urufunguzo rw'amakopo

les maniques

umukondo w'icyungo

le lavabo

ravabo

la brosse

uburoso

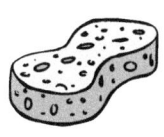

l'éponge

iponji

le mixeur

mixer

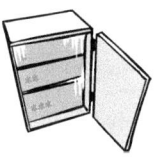

le congélateur

firigo itambitse

le biberon

bibero

le robinet

robine

la salle de bain

ubwogero

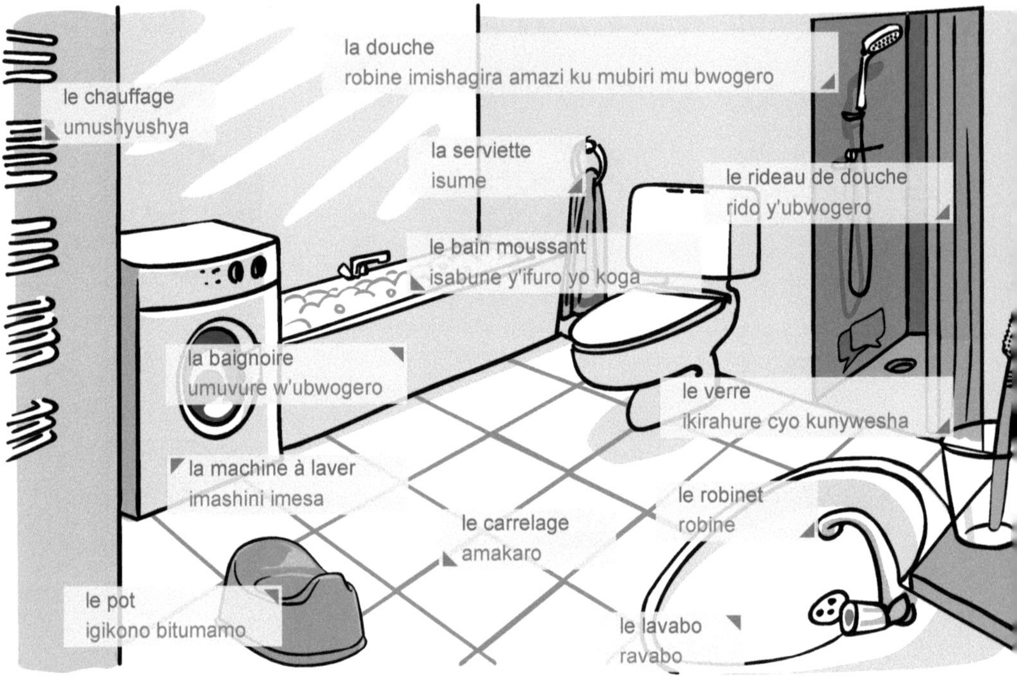

la douche
robine imishagira amazi ku mubiri mu bwogero

le chauffage
umushyushya

la serviette
isume

le rideau de douche
rido y'ubwogero

le bain moussant
isabune y'ifuro yo koga

la baignoire
umuvure w'ubwogero

le verre
ikirahure cyo kunywesha

la machine à laver
imashini imesa

le robinet
robine

le carrelage
amakaro

le pot
igikono bitumamo

le lavabo
ravabo

les toilettes

ubwiherero

la toilette à la turque

umusarani wo gusutama

le bidet

igikono cy'ubwiherero bwo
mu nzu

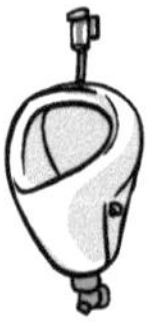

l'urinoir

aho bihagarika

le papier toilette

papiyejenike

la brosse à toilette

uburoso bwo mu bwiherero

la brosse à dents

uburoso bw'amenyo

le dentifrice

korogati

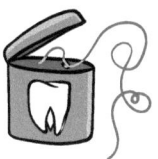

le fil dentaire

akagozi ko kwihaganyuza amenyo

laver

gukaraba

la douche manuelle

akamishagira amazi ku mubiri bafata mu ntoki

la douche intime

ubwogero bw'amazi yisuka

la vasque

ivabo bakarabiramo intoki

la brosse dorsale

uburoso bwo kwitsiritisha mu mugongo

le savon

isabune

le gel douche

isabune yo mu bwogero

le shampooing

isabune yo kumeshesha umusatsi

le gant de toilette

icyangwe cyo kwiyuhagiza

l'écoulement

Kuyobora amazi yanduye

la crème

ikimuri

le déodorant

umubavu

le miroir

ikirori cyo mu ntoki

le miroir cosmétique

ikirori cyo mu ntoki

le rasoir

urwembe

la mousse à raser

ifuro ryo kurinda imiburu

l'après-rasage

umuti ukingira imiburu

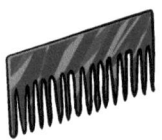

la peigne

igisokozo

la brosse

uburoso

le sèche-cheveux

imashini yumisha umusatsi

la laque pour cheveux

amarashi y'umusatsi

le fond de teint

igishahuro cyo kwitera

le rouge à lèvres

rujalevure

le vernis à ongles

verini y'inzara

l'ouate

ipamba

le coupe-ongles

agasena inzara

le parfum

umubavu

la trousse de toilette

agafuka k'ibikoresho byo
mu bwogero

le tabouret

intebe

le pèse-personne

umunzani

le peignoir

ikanzu yo kujyana mu
bwogero

les gants de nettoyage

udupfukantoki two
gusukuza

le tampon

urubindo

es serviettes hygiéniques

udupapuro two
wihanaguza mu bwiherero

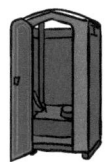

la toilette chimique

ubwiherero bwimukanwa

la chambre d'enfant

icyumba cy'abana

le réveil
inzogera y'isaha ikangura
le doudou
igipupe gikoze mu myenda
la voiture jouet
udukinisho tw'imodoka
le hochet
ikinyuguri
la maison de poupée
inzu y'ibipupe
le cadeau
impano

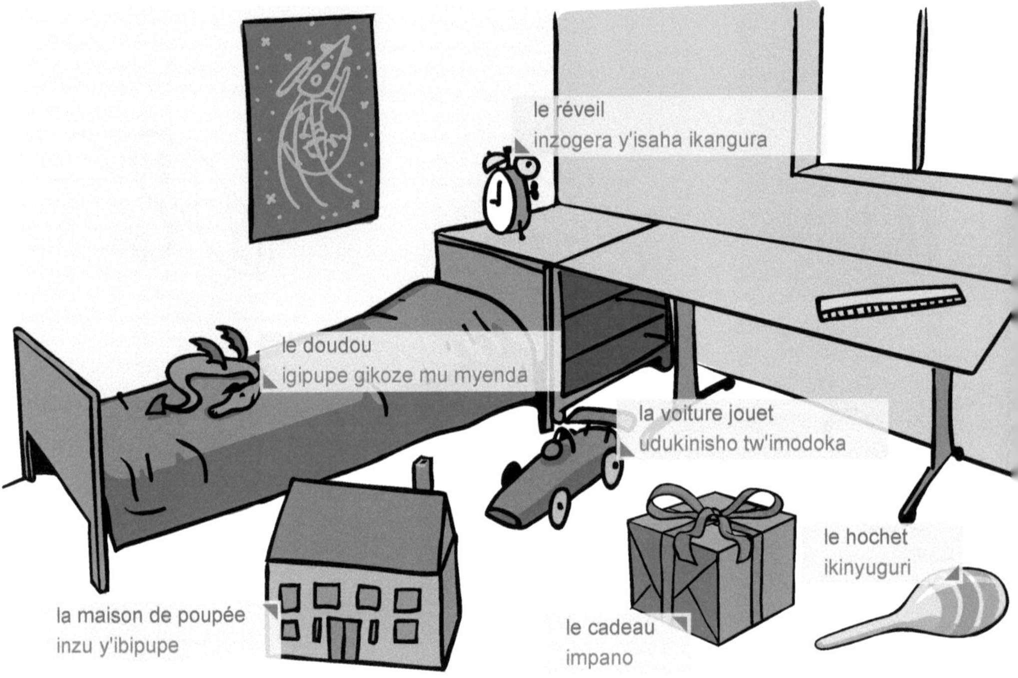

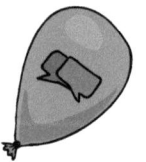

le ballon

ballon

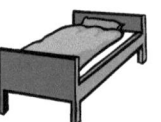

le lit

igitanda

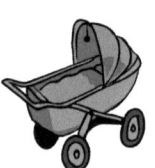

la poussette

agapusipusi

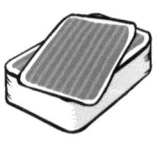

le jeu de cartes

amakarita

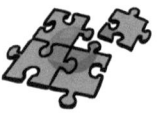

le puzzle

kubaka ishusho bacagaguye

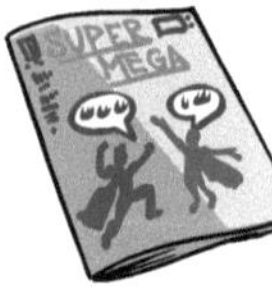

la bande dessinée

inkuru isetsa

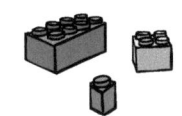
les pièces lego

gucomekanya udutafari

les blocs de construction

udutafari tw'udukinisho

la figurine

igikinisho

la grenouillère

ipinjama y'uruhinja

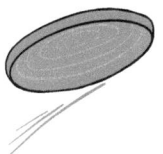
le frisbee

gutera indege

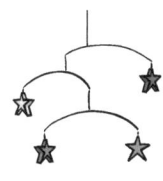
le mobile

terefoni ngendanwa

le jeu de société

imikino yo kuganiriraho

le dé

igisoro

le train miniature

gariyamoshi y'igikinisho

la sucette

ikinyonyo

la fête

umunsi mukuru

le livre d'images

arubumu

la balle

umupira

la poupée

agapupe

jouer

gukina

le bac à sable

igikarito cy'umucanga

la balançoire

urwicundo

les jouets

ibikinisho

la console de jeu

agasanduku k'imikino yo
kuri videwo

le tricycle

akagare k'imipine itatu

l'ours en peluche

igipupe k'ibyoya

l'armoire

akabati k'imyenda

les vêtements

imyambaro

les chaussettes

amasogisi

les bas

amasogisi afatanye n'ikariso

le collant

kora

l'écharpe
akitero

le parapluie
umutaka

le t-shirt
agapira ko hejuru

la ceinture
umukandara

les bottes
bote

les pantoufles
inkweto zo kubyukana

les baskets
superese

les sandales
isandari

les chaussures
inkweto

les bottes de caoutchouc
bote za kawucu

les sous-vêtements
imyenda y'imbere

le soutien-gorge
isutiye

le maillot de corps
isengeri

les vêtements - imyambaro

45

le body

body

le pantalon

ipantalo

le jean

ikoboyi

la jupe

ijipo

le chemisier

ishati y'abagore

la chemise

ishati

le pull

umupira w'imbeho

le sweat à capuche

umupira w'ingofero

la veste

agakoti

la veste

ijaketi

le manteau

ikoti

l'imperméable

ikoti ry'imvura

le costume

umwambaro w'ibikino

la robe

ikanzu

la robe de mariée

ikanzu y'abageni

les vêtements - imyambaro

le costume
kostitimu

la chemise de nuit
ikanzu yo kurarana

le pyjama
ipinjama

le sari
mukenyero w'abahindikazi

le foulard
igitambaro cyo mu mutwe

le turban
urugori

la burqa
umwitandiro uhisha isura

le caftan
ikanzu ndende

l'abaya
igishura

le maillot de bain
imyenda yo
kwidumbaguzanya

le maillot de bain
ikariso yo
kwidumbaguzanya

le short
ikabutura

la tenue d'entraînement
tereningi

le tablier
itaburiya

les gants
udupfukantoki

les vêtements - imyambaro

le bouton

igipesu

les lunettes

amadarubindi

le bracelet

igikomo

le collier

umukufi

la bague

impeta

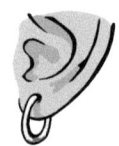

la boucle d'oreille

iherena

le bonnet

ingofero

le cintre

porutemanto

le chapeau

ingofero

la cravate

karuvati

la fermeture éclair

imashini yo ku mwenda

le casque

kasike

les bretelles

amaburuteri

l'uniforme scolaire

umwambaro w'ishuri

l'uniforme

impuzankano

le bavoir

agakingirankonda

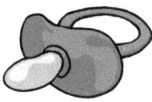

la sucette

ikinyonyo

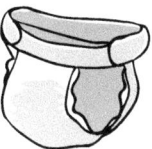

la lange

amaranje

le bureau
ibiro

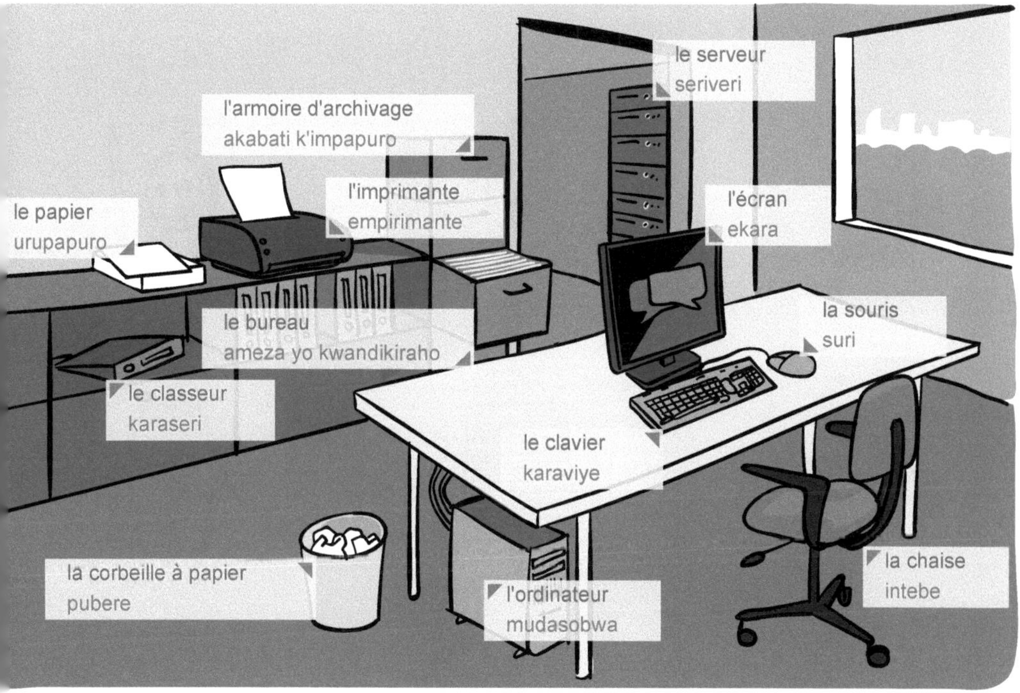

le serveur
seriveri

l'armoire d'archivage
akabati k'impapuro

l'imprimante
empirimante

l'écran
ekara

le papier
urupapuro

la souris
suri

le bureau
ameza yo kwandikiraho

le classeur
karaseri

le clavier
karaviye

la corbeille à papier
pubere

l'ordinateur
mudasobwa

la chaise
intebe

la tasse de café

igikombe k'ikawa

la calculatrice

akabarisho

l'internet

enterineti

l'ordinateur portable

laputopu

la lettre

ibaruwa

le message

ubutumwa

le portable

ngendanwa

le réseau

netiwake

la photocopieuse

fotokopiyeze

le logiciel

porogaramu

le téléphone

telefoni

la prise

purize

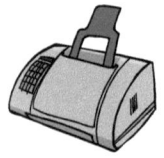

le fax

imashini yohereza fagisi

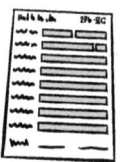

le formulaire

fomu

le document

inyandiko

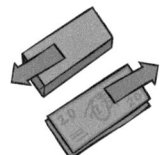

acheter

kugura

payer

kwishyura

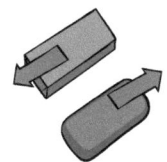

faire du commerce

gucuruza

la monnaie

amafaranga

le dollar

idorari

l'euro

iyero

le yen

iyeni

le rouble

irubure

le franc suisse

ifaranga ry'irisuwisi

le renminbi yuan

iriyuwani

la roupie

irupi

le distributeur automatique

icyuma cya banki
babikurizaho

le bureau de change

ku muvunjayi

l'or

zahabu

l'argent

feza

le pétrole

peteroli

l'énergie

ingufu z'amashanyarazi

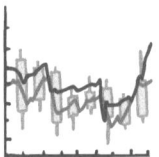

le prix

igiciro

le contrat

kontaro

la taxe

tagisi

l'action

isoko ryo kugura no kugurisha

travailler

gukora

l'employé

umukozi

l'employeur

umukoresha

l'usine

uruganda

le magasin

iduka

les professions
imirimo

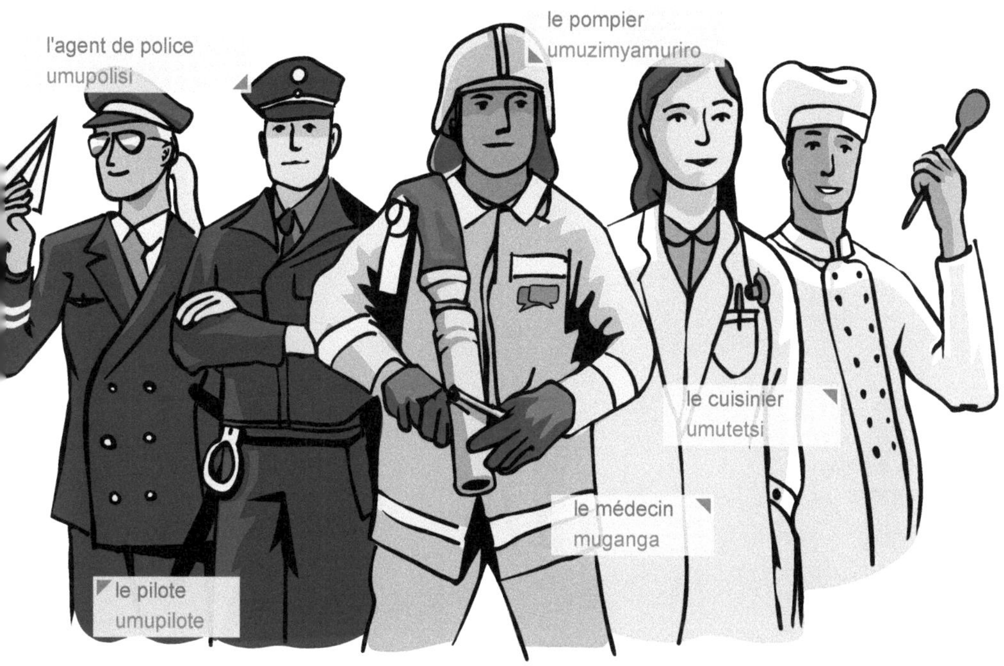
le pompier
umuzimyamuriro
l'agent de police
umupolisi
le cuisinier
umutetsi
le médecin
muganga
le pilote
umupilote

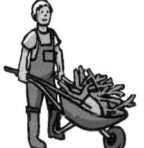

le jardinier

umujaridiniye

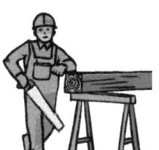

le menuisier

umubaji

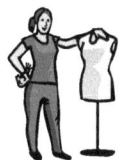

la couturière

umudozi

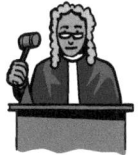

le juge

umucamanza

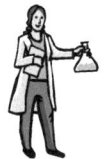

le chimiste

umunyabutabire

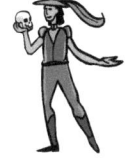

l'acteur

umukinnyi wa filimi

le conducteur de bus

umushoferi wa bisi

le chauffeur de taxi

umushoferi wa tagisi

le pêcheur

umurobyi

la femme de ménage

umugore ushinzwe gukora
isuku

le couvreur

umufundi usakara

le serveur

umuseriveri

le chasseur

umuhigi

le peintre

umuntu usiga irangi

le boulanger

Umuntu ukora imigati

l'électricien

Umuntu ukora mu
mashanyarazi

l'ouvrier

umufundi

l'ingénieur

injenyeri

le boucher

umubazi

le plombier

umutnu ukora mu mazi

le facteur

umuparanto

le soldat
umusirikare

l'architecte
umwubatsi

le caissier
umubitsi

le fleuriste
nuntu ukora mu by'indabo

le coiffeur
kimyozi

le contrôleur
komvuwayeri

le mécanicien
umukanishi

le capitaine
kapiteni

le dentiste
muganga w'amenyo

le scientifique
umuhanga muri siyansi

le rabbin
rabi

l'imam
imamu

le moine
umumwane

le prêtre
umuyobozi w'idini

les outils

ibikoresho

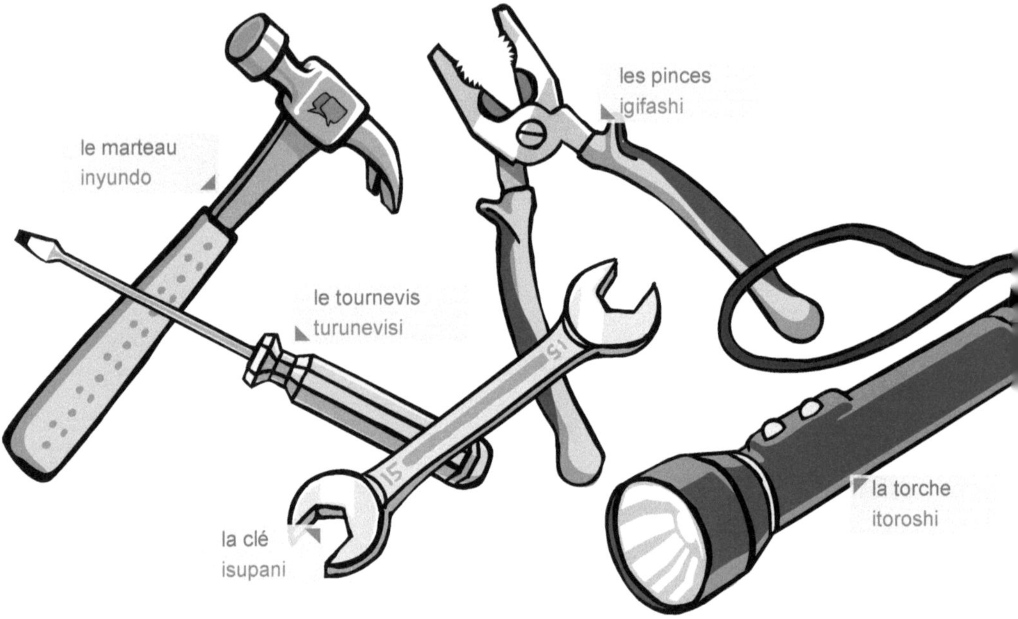

les pinces
igifashi
le marteau
inyundo
le tournevis
turunevisi
la torche
itoroshi
la clé
isupani

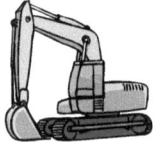

la pelleteuse
ipiki

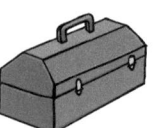

la boîte à outils
isanduku y'ibikoresho

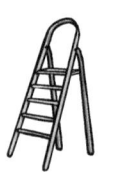

l'échelle
urwego

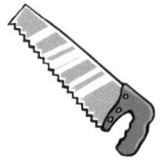

la scie
urukero

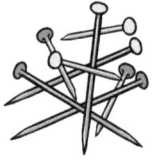

les clous
imisumari

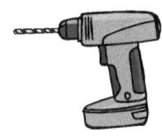

la perceuse
itindo

réparer

gusana

la pelle

igitiyo

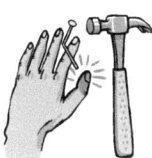

Mince !

wo gacwa we

la pelle

igitiyo

le pot de peinture

igikombe k'irangi

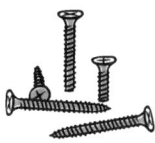

les vis

amavisi

les instruments de musique
ibyuma by'umuziki

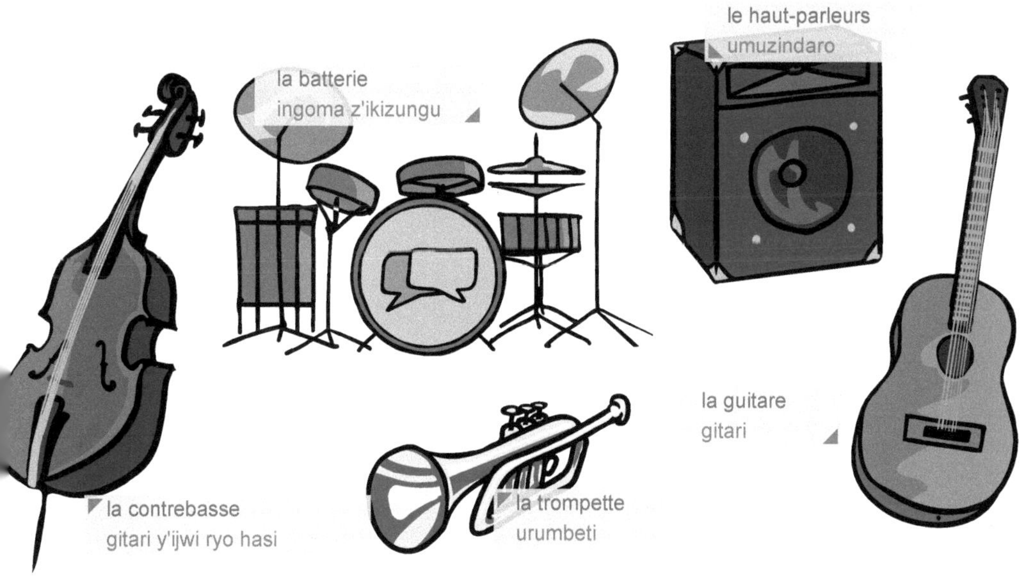

le haut-parleurs
umuzindaro

la batterie
ingoma z'ikizungu

la guitare
gitari

la contrebasse
gitari y'ijwi ryo hasi

la trompette
urumbeti

le piano

piyano

le violon

iningiri

la basse

gitari idunda

les timbales

sembare

le tambour

ingoma

le piano électrique

inanga ya kizungu

le saxophone

sagisofone

la flûte

umwirongi

le microphone

indangururamajwi

le zoo

zoo

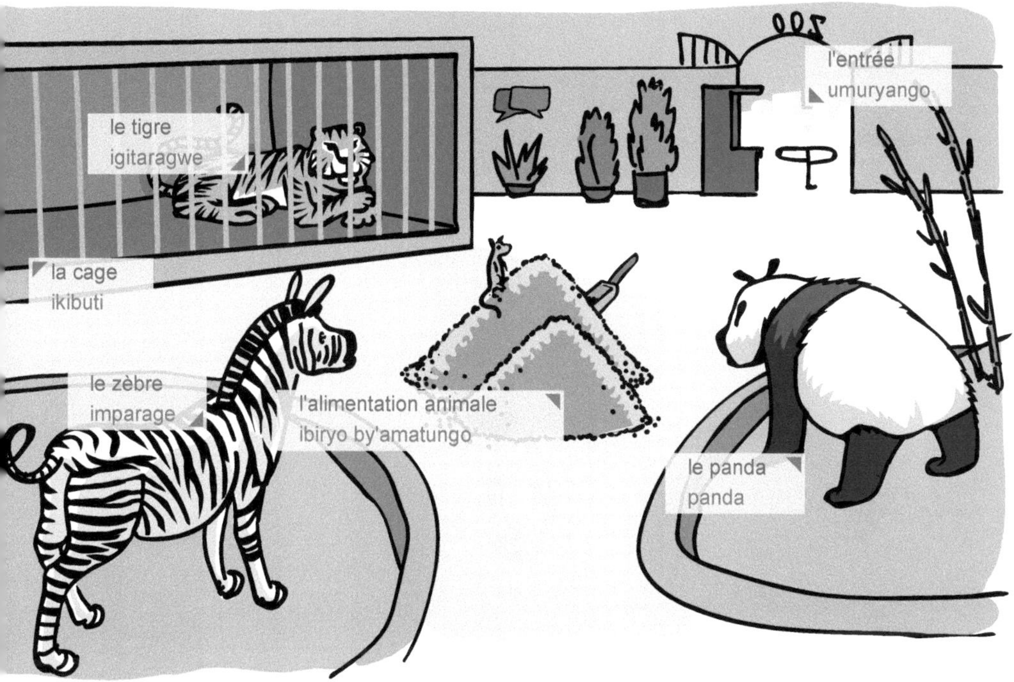
l'entrée
umuryango
le tigre
igitaragwe
la cage
ikibuti
le zèbre
imparage
l'alimentation animale
ibiryo by'amatungo
le panda
panda

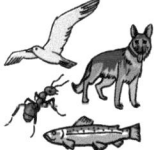

les animaux

inyamaswa

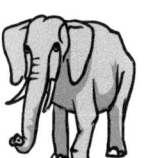

l'éléphant

inzovu

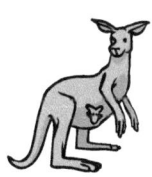

le kangourou

kanguru

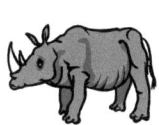

le rhinocéros

inkura

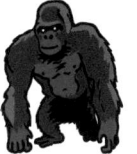

le gorille

ingagi

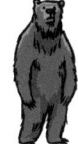

l'ours

idubu

le chameau

ingamiya

l'autruche

imbuni

le lion

intare

le singe

inguge

le flamand rose

uruyongoyongo

le perroquet

gasuku

l'ours polaire

idubu yo mu bukonie

le pingouin

inyoni yo ku mazi

le requin

igifi kinini

le paon

inyoni y'amasunzu

le serpent

inzoka

le crocodile

ingona

le gardien de zoo

umurinzi

le phoque

umuhuri

le jaguar

ingwe

le poney

icyana k'ifarasi

le léopard

ingwe

l'hippopotame

imvubu

la girafe

umusumbarembo

l'aigle

inkona

le sanglier

isatura

le poisson

ifi

la tortue

akanyamasyo

le morse

igifi k'imikaka

le renard

umuhari

la gazelle

isha

l'american Football
Futuboro y'abanyamerika

le cyclisme
gusiganwa ku magare

le tennis
tenisi

le basket-ball
Basiketi

la natation
umukino wo koga

la boxe
umukino w'amakofe

le hockey sur glace
Hoke yo ku rubura

le football

umupira w'amaguru

le badminton

umukino wa badminton

l'athlétisme

abakina imikino
ngororamubiri

le handball

handibolo

le ski

gusererka kuri neje

le polo

polo

sauter
gusimbuka

embrasser
guhobera

rire
guseka

marcher
kugenda

chanter
kuririmba

rêver
kurota

prier
gusenga

faire la bise
gusomana

écrire
kwandika

dessiner
gushushanya

montrer
kwerekana

pousser
gusunika

donner
gutanga

prendre
gufata

avoir

kugira

faire

gukora

être

kuba

être debout

guhaguruka

courir

kwiruka

trier

gukurura

jeter

kujugunya

tomber

kugwa

être couché

kuryama

attendre

gutegereza

porter

kwikorera

être assis

kwicara

s'habiller

kwambara

dormir

gusinzira

se réveiller

gukanguka

regarder

kureba

pleurer

kurira

caresser

kwagaza

peigner

gusokoza

parler

kuvuga

comprendre

gusobanukirwa

demander

kubaza

écouter

kumva

boire

kunywa

manger

kurya

ranger

gushyira ku murongo

aimer

gukunda

cuire

guteka

conduire

gutwara imodoka

voler

kuguruka

faire de la voile

kugashya

calculer

kubara

lire

gusoma

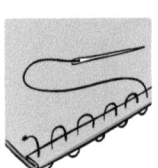

apprendre

kwiga

travailler

gukora

se marier

kurongora

coudre

kudoda

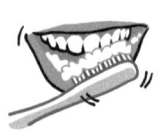

brosser les dents

uburoso bw'amenyo

tuer

kwica

fumer

kunywa itabi

envoyer

kohereza

la famille
umuryango

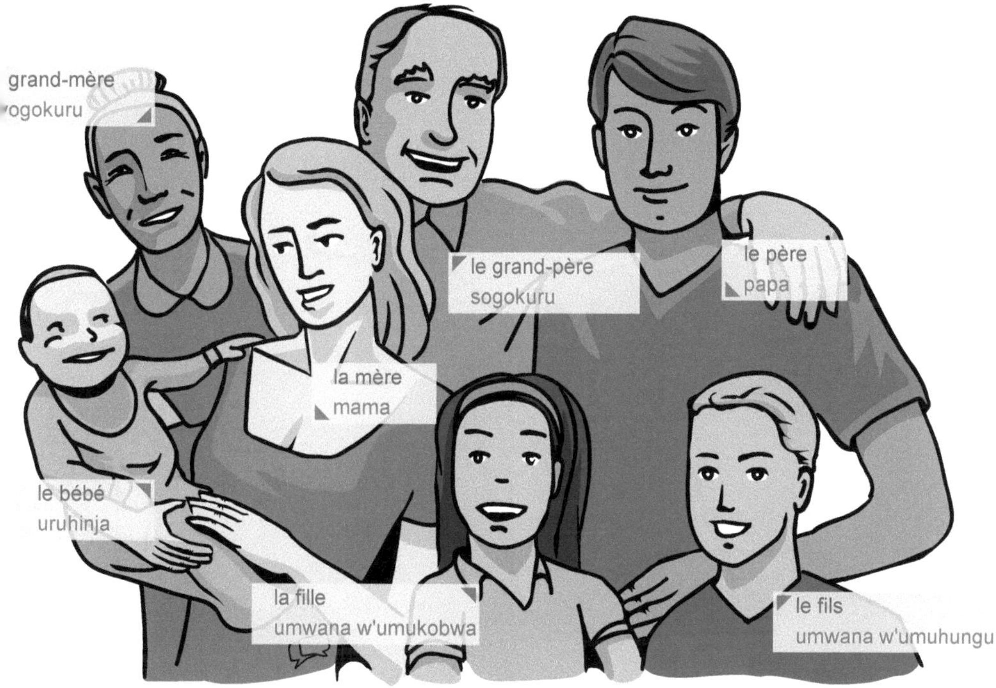
grand-mère
ogokuru
le grand-père
sogokuru
le père
papa
la mère
mama
le bébé
uruhinja
la fille
umwana w'umukobwa
le fils
umwana w'umuhungu

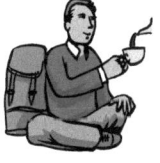

l'hôte

umushyitsi

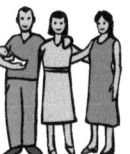

la tante

masenge

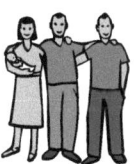

l'oncle

marume

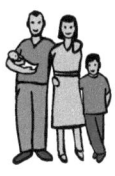

le frère

musaza wange

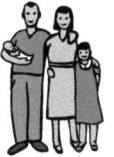

la sœur

mushiki wange

le corps

umubiri

le front
agahanga k'imbere
l'œil
ijisho
l'épaule
urutugu
le doigt
urutoki
le visage
isura
le menton
akananwa
la main
ikiganza
la jambe
ukuguru
la poitrine
ibere
le bras
ukuboko

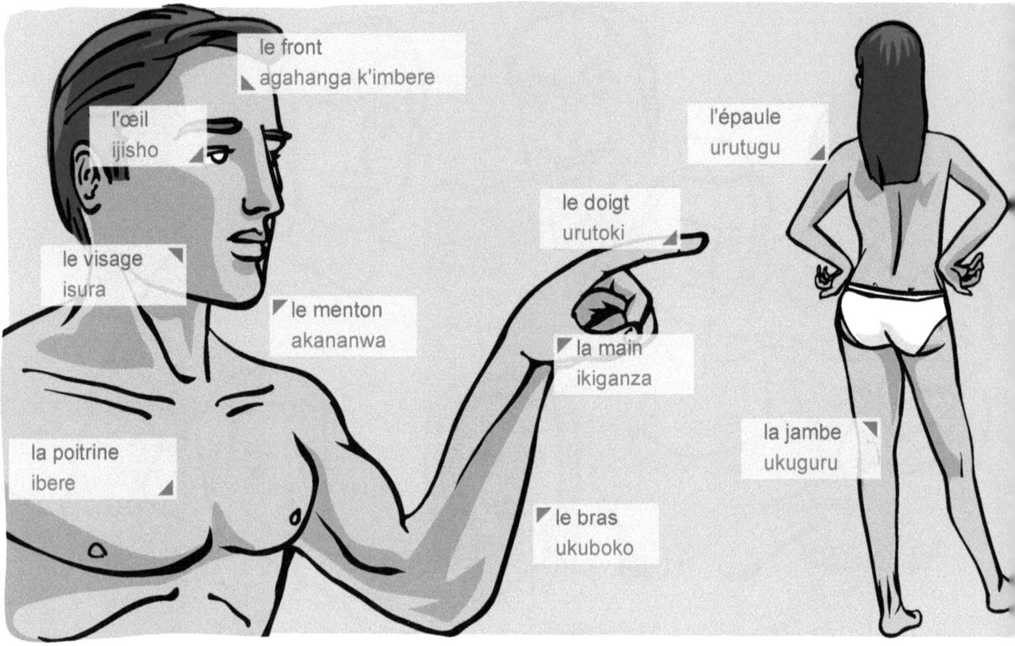

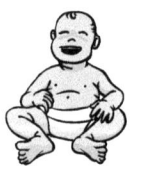

le bébé
uruhinja

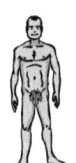

l'homme
umugabo

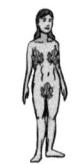

la femme
umugore

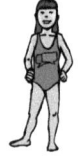

la fille
umukobwa

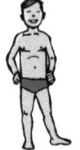

le garçon
umuhungu

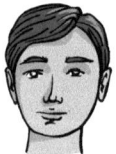

la tête
umutwe

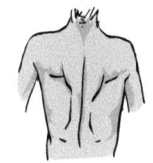

le dos

umugongo

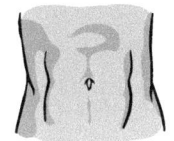

le ventre

inda

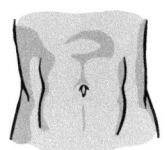

le nombril

umukondo

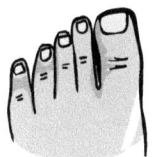

l'orteil

ino

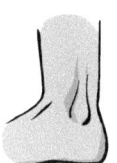

le talon

agatsinsino

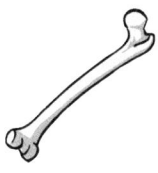

l'os

igufa

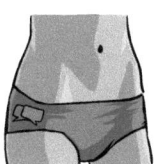

la hanche

amayunguyungu

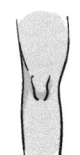

le genou

ivi

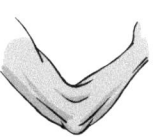

le coude

inkokora

le nez

izuru

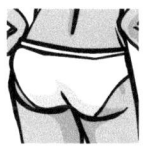

les fesses

ikibuno

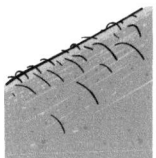

la peau

uruhu

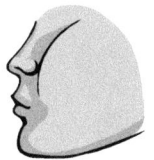

la joue

itama

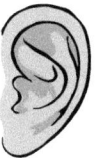

l'oreille

ugutwi

la lèvre

umunwa

la bouche

mu munwa

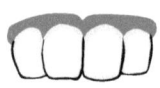

la dent

iryinyo

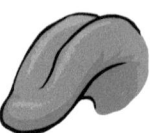

la langue

ururimi

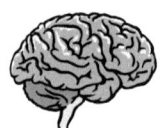

le cerveau

ubwonko

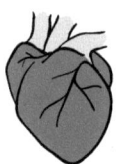

le cœur

umutima

le muscle

umutsi

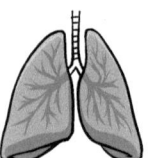

les poumons

ibihaha

le foie

umwijima

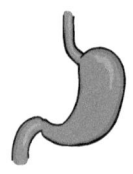

l'estomac

igifu

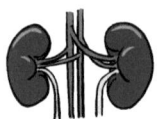

les reins

impyiko

le rapport sexuel

igitsina

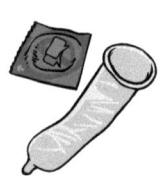

le préservatif

agakingirizo

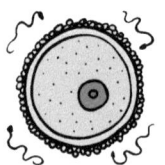

l'ovule

intanga

le sperme

amasohoro

la grossesse

gusama inda

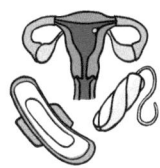

la menstruation

imihango

le vagin

igituba

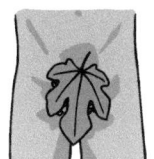

le pénis

imboro

le sourcil

ibitsike

les cheveux

umusatsi

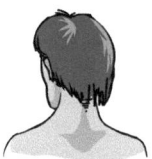

le cou

ijosi

l'hôpital
ibitaro

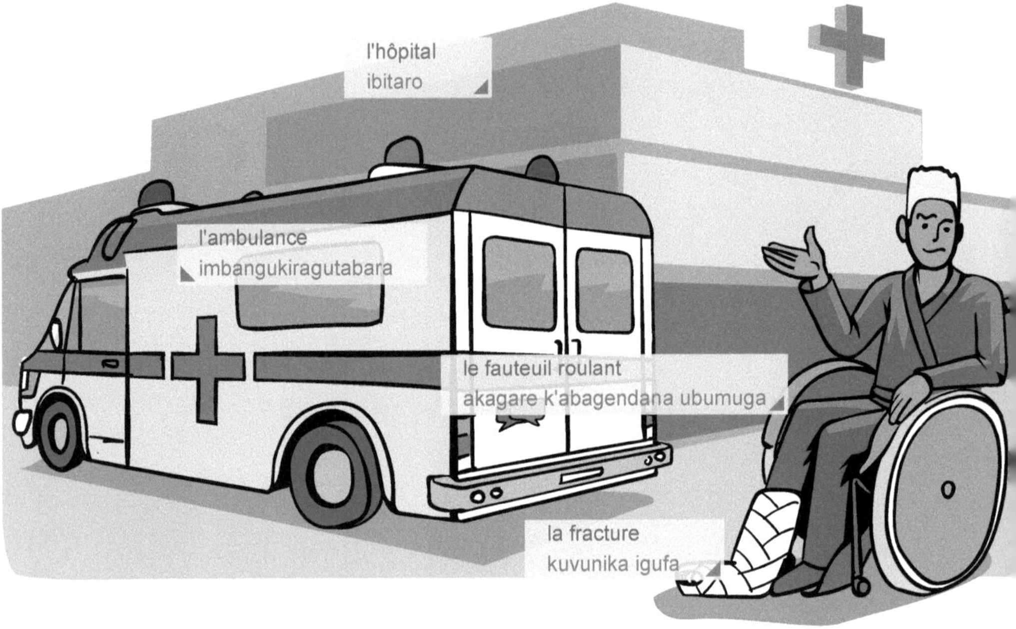

l'hôpital
ibitaro
l'ambulance
imbangukiragutabara
le fauteuil roulant
akagare k'abagendana ubumuga
la fracture
kuvunika igufa

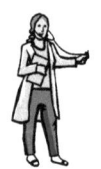

le médecin

muganga

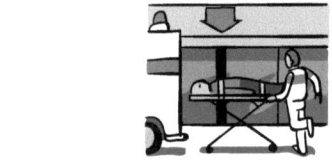

le service des urgences

icyumba k'indembe

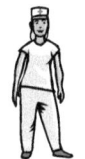

l'infirmière

umuforomo kazi

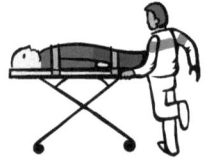

l'urgence

mu ndembe

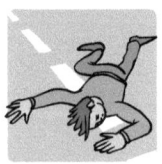

inconscient

guta ubwenge

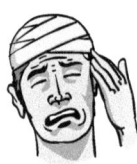

la douleur

ububabare

la blessure

igikomere

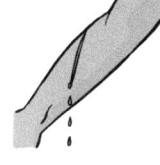

l'hémorragie

kuva amaraso

la crise cardiaque

gufatwa n'umutima

l'attaque cérébrale

kuziba k'udutsi two mu bwonko

l'allergie

kwivumbura k'umubiri

la toux

inkorora

la fièvre

umuriro

la grippe

ibicurane

la diarrhée

impiswi

le mal de tête

kurwara umutwe

le cancer

kanseri

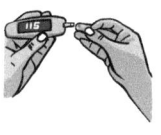

le diabète

diyabete

le chirurgien

muganga ubaga

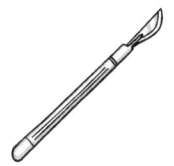

le scalpel

icyuma kibaga umurwayi

l'opération

kubagwa

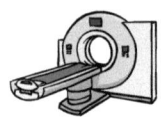

le CT

ifoto yo mu cyuma

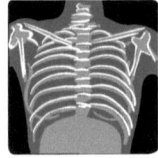

la radiographie

radiyo

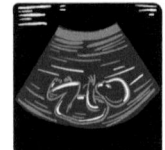

l'échographie

isuzuma rikoresha amajwi

le masque

agapfukamunwa

la maladie

indwara

la salle d'attente

icyumba bategererezamo

la béquille

imbago yo kwicumba

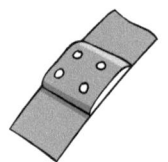

le pansement

pasema

le pansement

igipfuko

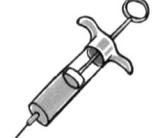

l'injection

urushinge

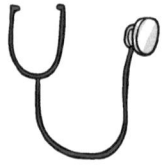

le stéthoscope

igipimo cy'umutima

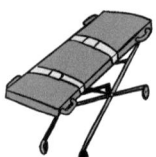

le brancard

burankari

le thermomètre

igipimo cy'umuriro

l'accouchement

ivuka

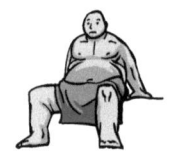

la surcharge pondérale

umubyibuho ukabije

l'appareil auditif

ununganirangingo y'amatwi

le désinfectant

umuti wica mikorobe

l'infection

ubwandu

le virus

virusi

le VIH / le sida

Virusi itera sida / Sida

le médicament

ubuganga

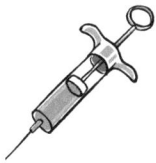

la vaccination

gukingira

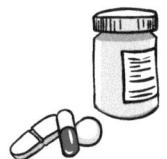

les comprimés

ibinini

la pilule

ikinini

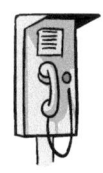

l'appel d'urgence

guhamagara byihutirwa

le tensiomètre

igenzura ry'umuvuduko
w'amaraso

malade / sain

urwaye / ufite amagara
meza

Au secours !

Ntabara!

l'alarme

inzogera itabaza

l'assaut

gusagarira

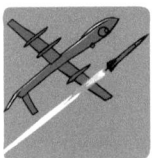

l'attaque

igitero

le danger

icyateza amakuba

la sortie de secours

umuryango unyuramo ukiza amagara

Au feu!

Inkongi!

l'extincteur

ikizimyamuriro

l'accident

impanuka

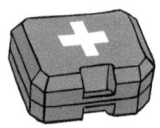

la trousse de premier secours

ibikoresho by'ubutabazi bw'ibanze

SOS

induru itabaza

la police

polisi

l'Europe

Uburayi

l'Amérique du Nord

Amerika y'Amajyaruguru

l'Amérique du Sud

Amerika y'Amagepfo

l'Afrique

Afurika

l'Asie

Aziya

l'Australie

Ositarariya

l'Océan atlantique

Atalantika

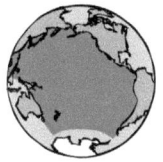

l'Océan pacifique

Oasifika

l'Océan indien

Inyanja y'Abahinde

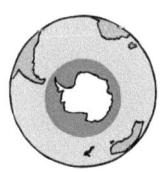

l'Océan antarctique

Inyanja y'Antagitika

l'Océan arctique

Inyanja y'Arigitika

le Pôle nord

Amajyaruguru y'Isi

le Pôle sud

Amagepfo y'Isi

l'Antarctique

Antaragitika

la terre

Isi

le pays

ubutaka

la mer

ikiyaga

l'île

ikirwa

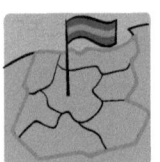

la nation

igihugu

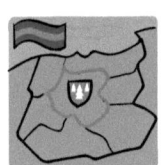

l'état

leta

le cadran

kadere y'isaha

l'aiguille des heures

urushinge rw'amasaha

l'aiguille des minutes

urushinge rw'iminota

l'aiguille des secondes

rushinge rw'amasegonda

Quelle heure est-il ?

ni isaha ki?

le jour

umunsi

le temps

igihe

maintenant

nonaha

la montre digitale

isaha y'imibare

la minute

iminota

l'heure

amasaha

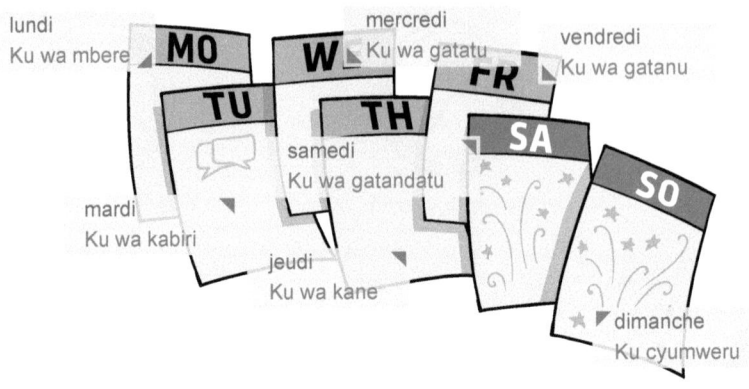

lundi
Ku wa mbere

mercredi
Ku wa gatatu

vendredi
Ku wa gatanu

mardi
Ku wa kabiri

samedi
Ku wa gatandatu

jeudi
Ku wa kane

dimanche
Ku cyumweru

hier

ejo hashize

aujourd'hui

demain

ejo hazaza

le matin

igitondo

le midi

saa sita

le soir

ku mugoroba

les jours ouvrables

iminsi y'akazi

le week-end

wikendi

la pluie
imvura

l'arc-en-ciel
umukororombya

le vent
umuyaga

la neige
neje

le printemps
urugaryi

l'automne
umuhindo

l'été
iki

l'hiver
igihe cy'ubukonje

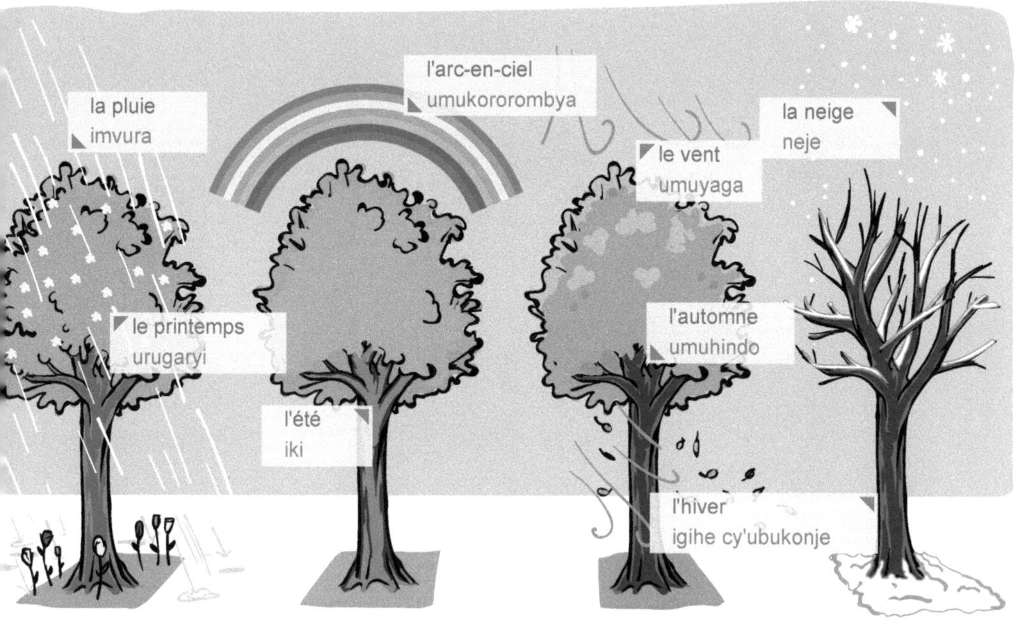

la météo
iteganyagihe

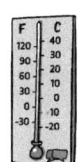

le thermomètre
igipimo cy'ubushyuhe

la lumière du soleil
izuba rirashe

le nuage
ibicu

le brouillard
ibihu

l'humidité
ubuhobere

la foudre

umurabyo

la tonnerre

inkuba

la tempête

umuhengeri

la grêle

urubura

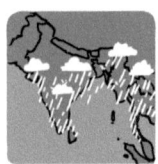

la mousson

imiyaga ihuha iturutse mu
nyanja

l'inondation

umwuzure

la glace

barafu

janvier

Mutarama

février

Gshyantare

mars

Werurwe

avril

Mata

mai

Gicurasi

juin

Kamena

juillet

Nyakanga

août

Kanama

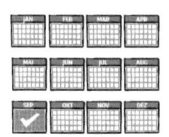

septembre

Nzeri

octobre

Ukwakira

novembre

Ugushyingo

décembre

Ukuboza

les formes
amaforoma

le cercle

uruziga

le carré

mpandenye

le rectangle

urukiramende

le triangle

mpandeshatu

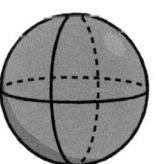

la sphère

umubumbe

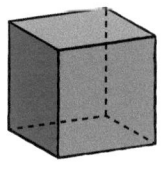

le cube

kibe

les couleurs

amabara

blanc

umweru

jaune

umuhondo

orange

oranje

rose

iroza

rouge

umutuku

violet

isine

bleu

ubururu

vert

icyatsi kibisi

marron

igihogo

gris

ikigina

noir

umukara

beaucoup / peu

byinshi / bike

fâché / calme

urakaye / utuje

joli / laid

mwiza / mubi

le début / la fin

intangiriro / impera

grand / petit

kinini / gito

clair / obscure

gikeye / kijimye

frère / soeur

musaza / mushiki

propre / sale

gisukuye / cyanduye

complet / incomplet

kirangiye / kitarangiye

le jour / la nuit

umunsi / ijoro

mort / vivant

wapfuye / muzima

large / étroit

hagari / hafunganye

comestible / incomestible

kiribwa / kitaribwa

méchant / gentil

umugome / ugwa neza

excité / ennuyé

ushishikaye / warambiwe

gros / mince

ubyibushye / unanutse

le premier / le dernier

mbere / nyuma

l'ami / l'ennemi

inshuti / umwanzi

plein / vide

cyuzuye / kirimo ubusa

dur / souple

gikomeye / cyoroshye

lourd / léger

kiremeye / kitaremereye

faim / soif

inzara / inyota

malade / sain

urwaye / ufite amagara
meza

illégal / légal

kemewe n'amategeko /
kibujijwe n'amategeko

intelligent / stupide

umunyabwenge / igicucu

gauche / droite

iburyo / ibumoso

proche / loin

hafi / kure

les oppositions - ibinyuranye

nouveau / usé

gishya / cyakoze

rien / quelque chose

nta kintu gihari / hari ikintu
gihari

vieux / jeune

ushaje / muto

marche / arrêt

atsa / zimya

ouvert / fermé

gifunguye / gifunze

faible / fort

ucecetse / usakuza

riche / pauvre

ukize / ukennye

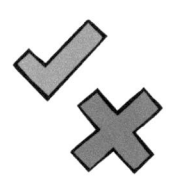

correct / incorrect

ni byo / si byo

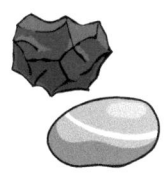

rugueux / lisse

hahanda / hahehereye

triste / heureux

urakaye / wishimye

court / long

mugufi / muremure

lent / rapide

urandaga / wihuta

mouillé / sec

utose / wumye

chaud / froid

ashyushye / ahoze

la guerre / la paix

intambara / amahoro

les nombres

imibare

0

zéro

zeru

1

un / une

rimwe

2

deux

kabiri

3

trois

gatatu

4

quatre

kane

5

cinq

gatanu

6

six

gatandatu

7

sept

karindwi

8

huit

umunani

9

neuf

icyenda

10

dix

icumi

11

onze

cumi na rimwe

12

douze

cumi na kabiri

13

treize

cumi na gatatu

14

quatorze

cumi na kane

15

quinze

cumi na gatanu

16

seize

cumi na gatandatu

17

dix-sept

cumi na karindwi

18

dix-huit

cumi n'umunani

19

dix-neuf

cumi n'icyenda

20

vingt

makumyabiri

100

cent

ijana

1.000

millc

igihumbi

1.000.000

le million

miliyoni

l'anglais

Icyongereza

l'anglais américain

Icyongereza
cy'Abanyamerika

le chinois mandarin

Igishinwa k'ikimandarini

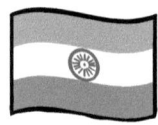

le hindi

Igihindi

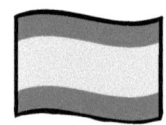

l'espagnol

Ikesipanyoro

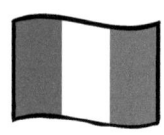

le français

Igifaransa

l'arabe

Icyarabu

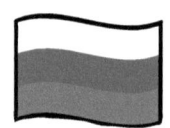

le russe

Ikirusiya

le portugais

Igiporutigari

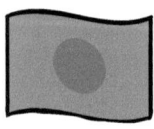

le bengali

Ikibengari

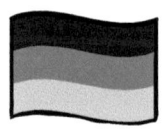

l'allemand

Ikidage

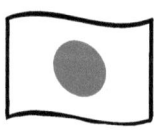

le japonais

Ikiyapani

je
ge

tu
wowe

il / elle / ce, c', cela
we / we / we

nous
twe

vous
mwe

ils / elles
bo

Qui ?
nde?

Quoi ?
iki?

Comment ?
gute?

Où ?
hehe?

Quand ?
ryari?

le nom
izina

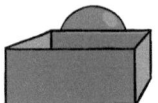

derrière

inyuma

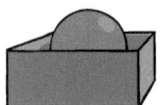

dans

mo imbere

devant

imbere ya

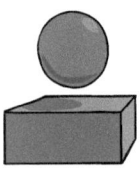

au-dessus

hejuru ya

sur

kuri

en-dessous

munsi ya

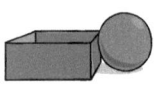

à côté de

iruhande

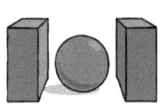

entre

hagati

le lieu

ahantu